# டாக்டர் பத்மினி எழுதிய பத்து கதைகள்

## குடும்பக் கதைகள்

BY

பத்மினி

pencil

ISBN 978-93-5438-741-8
© பத்மினி 2021
Published in India 2021 by Pencil

*A brand of*
One Point Six Technologies Pvt. Ltd.
123, Building J2, Shram Seva Premises,
Wadala Truck Terminal, Wadala (E)
Mumbai 400037, Maharashtra, INDIA
**E** connect@thepencilapp.com
**W** www.thepencilapp.com

*All rights reserved worldwide*

No part of this publication may be reproduced, stored in or introduced into a retrieval system, or transmitted, in any form, or by any means (electronic, mechanical, photocopying, recording or otherwise), without the prior written permission of the Publisher. Any person who commits an unauthorized act in relation to this publication can be liable to criminal prosecution and civil claims for damages.

DISCLAIMER: *This is a work of fiction. Names, characters, places, events and incidents are the products of the author's imagination. The opinions expressed in this book do not seek to reflect the views of the Publisher.*

Author biography


பெயர் :K.பத்மினி

பிறந்த ஊர் :சிவகாசி
அப்பா: கருப்பையா நாடார்
அம்மா: உண்ணாமுலைத் தாய் த்ஃஃஃ தாய்

படிப்பு: பிஎஸ்சி, எம்ஏ, எம்பில், பிஎச்டி
தற்போதைய வாசம் சென்னை
கணவர்: ஆர் குமார்

இரண்டு மகன்கள், ஒரு மகள்

# Contents

# சுதந்திரம்

சுதந்திரம்

சுதந்திரம் என்பது நம்மோடு இணைந்து பிறப்பது தானே! அது மற்றவர்களிடம் யாசித்துப் பெற வேண்டியதோ, தேடித்தேடி அலைந்து பெற வேண்டிய ஒன்றோ இல்லை; அது, " நான் தான் சுதந்திரம் " என்று சொல்லி நம் கைகளில் வந்து சேர்வதும் இல்லை; சுதந்திரம் நமது பிறப்புரிமை. ஆனால் பெண்கள் அந்த சுதந்திரத்தை சரிவரப் புரிந்து கொள்ளாமல் பெண்களுக்கு சுதந்திரம் இல்லை என சொல்வது புரியாத புதிராகத்தான் இருக்கிறது. இப்படிப்பட்ட பெண்களில் ஒருத்தி தான் ரமணனின் சித்தி ராதை.

ரமணன் மதுரையின் மிகப் பிரபலமான ஜவுளிக்கடை முதலாளியின் மகன். அவனது

அப்பாவுடன் பிறந்த தம்பி ராமானுஜர். அண்ணன் தம்பி இருவருடனும் பிறந்தவர்கள் இரண்டு தங்கைகள் - அம்புஜம் அத்தையும், அலமேலு அத்தையும். அத்தைகள் இருவரையும் மதுரையிலேயே கட்டிக் கொடுத்ததால் அவர்கள் தினமும் அம்மா வீட்டிற்கு வந்து போவது குடும்ப வழக்கமாகவே இருந்தது. அத்தைகள் இருவரும் காலையில் வந்து இங்கே டிபன் சாப்பிடுவார்கள்; மதிய சாப்பாட்டிற்கு அவர்கள் மாப்பிள்ளைகளும் இங்கேயே சாப்பிட வந்துவிடுவார்கள்; இரவு சாப்பாட்டை டிபன் கேரியரில் எடுத்துக் கொண்டு வீட்டிற்குப் புறப்படுவார்கள். ரமணின் அம்மா வீட்டிற்கு மூத்த மருமகள் என்பதால் அனைவருக்கும் சமைத்துப் போடுவதில் கை தேர்ந்த பெண்ணாக மாறி விட்டார், இளைய மருமகள் ராதை வீட்டிற்கு வந்ததும் அனைவரும் குடும்ப பாரத்தை அவள் மீது சுமத்த தயாராகினர். ரமணன் அப்போது பள்ளிக்குச் செல்லும் பாலகன். தங்கள் வீட்டிற்கு சித்தப்பாவுடன் புதிதாக சித்தி வந்ததில் அவனுக்கு மிகவும் சந்தோஷம். சித்தியை தன்னுடன் விளையாட கூப்பிட்டான் ராதை கிராமத்தில் ஒரு செல்வந்தர் வீட்டுப் பெண்ணாக வளர்ந்ததால் வீட்டு வேலைகளில் ஒன்றிப் போக முடியாமல் திணறினாள்.

கல்யாணமான மறுவாரத்தில் கூட்டுக் குடும்பத்தி ற்குள் அழைத்து வரப்பட்டாள் ராதை. அன்று மொட்டை மாடியில் வடு மாங்காய், எலுமிச்சை என விதவிதமான ஊறுகாய்கள் பெரிய பெரிய பீங்கான் ஜாடிகளில் வெயிலில் காய வைக்கப்பட்டு இருந்தன. ரமணன் சித்தியை மொட்டை மாடிக்கு அழைத்து வந்து ஓடிப்பிடித்து விளையாட ஆரம்பித்தான் . அங்கே அத்தைகளும் அம்மாவும் ஒரு பக்கம் அமர்ந்து பேசிக்கொண்டிருந்தார்கள். ஓடிய வேகத்தில் ராதை தடுமாறி ஊறுகாய் ஜாடிகளின் மேல் விழ, அவைகள் உருண்டு, உடைந்து, ஊறுகாய்கள் சிதறி கொட்டின. கொட்டிய ஊறுகாய்களின் சிவப்பு மிளகாய் மசாலாக்களில் சிவப்பு ரத்தமும் கலந்ததை யாரும் கவனிக்கவில்லை.ஆம் , ஓடிய வேகத்தில் ராதையின் காலில் உடைந்த ஜாடியின் ஒரு துண்டு ஆழமாக இறங்கியதும் ரத்தம் பீறிட்டு வந்தது.

அத்தைகளும், ரமணனின் அம்மாவும் ஊறுகாய்கள் வீணானதைப் பெரிதுபடுத்தி ராதையை திட்டிக் கொண்டிருந்தனர். பாரம்பரிய ஊறுகாய் ஜாடிகள் உடைந்ததை அபசகுனமாகக் கூறி வீட்டுப்பெண்கள் பேசவும் ஆண்களும் ராதையிடம் அந்நியோன்யமாக

பேசுவதைத் தவிர்க்க ஆரம்பித்தனர். ராமானுஜம் ஏற்கனவே ஒரு சங்கோஜி ; யாரிடமும் அதிகம் பேசமாட்டார்; ராதையிடமும் அப்படித்தான். ஒருநாள் வீட்டுப் பெண்கள் மூவரும் கோவிலுக்கு போய் இருந்தனர். " நீ ஏன் போகவில்லை, சித்தி? " என ரமணன் கேட்டதற்கு, " கால் வலி ; அதனால் போகவில்லை " என ராதை சொன்ன பிறகுதான் ரமணனுக்கு தெரியவந்தது பீங்கான் துண்டு குத்திய இடம் செப்டிக் ஆகி விட்டது என்பது. சித்தப்பாவிடம் சென்று விஷயத்தைக் கூறி உடனடியாக டாக்டரிடம் காட்ட வேண்டும் என வற்புறுத்தினான் . சித்தப்பாவும் நிலைமையைப் புரிந்துகொண்டு ராதையை டாக்டரிடம் அழைத்துச் சென்றார். ரமணனும் உடன் சென்றான்.

டாக்டர் காயத்தை சுத்தம் செய்து , மருந்து போட்டு கட்டிய பின், " தண்ணீர் படாமல் பார்த்துக் கொள்ளுங்கள் " எனச் சொல்லி சில மாத்திரைகளையும் எழுதிக்கொடுத்தார் . தண்ணீரில் புழங்காமல் நாட்களை நகர்த்துவது பாரத வீட்டுப் பெண்களுக்கு இயலாத காரியம். ராதை மட்டும் இதற்கு விதிவிலக்கா என்ன! மேலும் டாக்டரிடம் காண்பித்ததில் தன் கடமை அத்தோடு முடிந்தது என்று ராமானுஜர் நினைத்தார். அதன்பின் ராதையின் காலை

பற்றி அவர் அக்கறை கொள்ளவே இல்லை. ராதையும் மாத்திரைகள் சாப்பிட்டதில் வலி குறைந்ததால் இனி சரியாகிவிடும் என்ற எண்ணத்தில் மெத்தனமாக இருந்து விட்டாள்.

ரமணனின் ஸ்கூல் படிப்பு முடிந்து சென்னை அடையாறில் உள்ள ஐஐடியில் படிக்க வாய்ப்பு கிடைத்த மகிழ்ச்சியில் எல்லோரிடமும் விடைபெற்று சென்று விட்டான். கல்லூரியில் சேர்ந்து ஒரு மாதம் ஆனது. அவனைப் பார்க்க அவன் அப்பா மதுரையில் இருந்து வந்திருந்தார். மிகவும் மகிழ்ச்சியோடு வரவேற்று தன் கல்லூரி அனுபவங்களைச் சொன்னவன் குடும்பத்தில் எல்லோரையும் விசாரிக்க ஆரம்பித்தான். அம்மா, அத்தை, அவர்கள் குழந்தைகள் என சொல்லிக்கொண்டு வந்த அப்பா தன் தம்பி பற்றி பேச ஆரம்பிக்கும்போது தயங்கினார். "சித்தப்பா, சித்தி எப்படி இருக்கிறார்கள்?" என ரமணன் மிகவும் ஆவலாக கேட்கவும், இனியும் சொல்லாமல் மறைக்க முடியாது என்பதால், "சித்தி ஆஸ்பத்திரியில் இருக்கிறாள். சித்தப்பாவிற்கு நம்பிக்கை இல்லை. ஏதோ எலும்பு புற்றுநோய் என்று கூறுகிறார்களாம்." என சொன்னதும் ரமணனுக்கு அதிர்ச்சி. அப்பாவுடன் சித்தியை பார்க்க தான் மதுரை வருவதாக சொன்னதும் மறுக்க முடியாமல் இருவருமாக மதுரை

திரும்பினர்.

வீட்டுப்பெண்கள் இப்போதும் ராதையைப் பற்றி குடும்பத்திற்கு ஆகாதவள் என பேசினார்களே தவிர யாருமே கவலைப் பட்டதாகத் தெரியவில்லை. ரமணன் உடனே ஆஸ்பத்திரிக்கு சென்று சித்தியைப் பார்த்தான். அழகு, இளமை என அனைத்து பொலிவையும் இழந்து கிழிந்த நாராய் கட்டிலில் இருந்தாள் ராதை. டாக்டர்களிடம் கேட்டதில், " அடிபட்ட காலை ஆரம்பத்திலேயே கவனித்து இருந்தால் இந்த அளவுக்கு புரையேறி இருக்காது. இப்போது எலும்பை தாக்கியதில் புற்றுநோய் ஆகிவிட்டது. வீட்டில் யாரும் கவனிக்காததால் மிகவும் சீரியஸ் ஆகிவிட்டது. அவர்களுக்கு வலி தெரியாமல் இருக்க மயக்க மருந்து தான் கொடுக்க வேண்டியிருக்கிறது. " என சொன்னதும் ரமணனுக்கு முதலில் குடும்பத்தினரின் மீது அதிக கோபம் ஏற்பட்டது.

அமைதியாக சித்தியின் அருகில் அமர்ந்து அவளை பார்க்கும் போது தான் தோன்றியது இவள் ஏன் தன்னை இப்படி வருத்திக் கொண்டிருந்திருக்கிறாள்? தானே முன்வந்து தன்னை கவனித்துக் கொண்டிருந்திருக்கலாம். சுதந்திரப் பறவையாக தன்னை நினைக்காமல் சிறகொடிந்த பறவையாக அவள் ஏன் தன்னை மாய்த்துக் கொண்டாள் என்று சித்தி மீது

பச்சாதாபம்                    கொண்டான்.

## கள்ளமில்லா உள்ளம் படும்பாடு

கள்ளமில்லா உள்ளம்படும்பாடு

இஸ்லாம் என்பது வெறும் மார்க்கமல்ல, அது ஒரு வாழ்க்கை முறை. அந்த வாழ்க்கை முறையே, அவர்களின் உறுதியான நம்பிக்கை. அப்படியான நம்பிக்கை நிறைந்த வாழ்க்கை முறையில் ஈகைத் திருநாள் 'ரம்ஜான் பண்டிகை', மற்றும் தியாகத் திருநாள் 'பக்ரீத் பண்டிகை' என ஆண்டுதோறும் இஸ்லாம் மார்க்கத்தில் இரண்டு பண்டிகைகள் மட்டுமே பெருநாளாக

கொண்டாடப்படுகிறது.இஸ்லாமியர்களுக்கு ஐம்பெரும் கடமைகள் உண்டு. அதில் ஒன்று, ரமலான் நோன்பு. ஆண்டுதோறும் வரும் மற்ற மாதங்களைக் காட்டிலும், ரமலான் பெருநாள் வரும் மாதமே இஸ்லாத்தில் சிறந்த மாதமாகக் கருதப்படுகிறது. ரமலான் மாதம் -

முகமதியர்கள் நாள் முழுக்க நோன்பு இருந்து தொழுகையிலும்,பல நற்காரியங்களிலும் ஈடுபடும் மாதம். ரஹீம், சைரா பானு தம்பதிகளுக்கு இந்த ரமலான் மாத நோன்பு இருந்து ஒரு முறையாவது டெல்லி ஜும்மா மசூதிக்கும் ஆக்ரா தாஜ்மஹாலுக்கும் வெள்ளிக்கிழமை சென்று தொழுகை செய்து வரவேண்டும் என்று ஆசை.

செ்ன்னையின் புறநகர் பகுதியான வளசரவாக்கத்தில் கணவன் மனைவி இருவருமாக ஒரு சிறு கடையில் 'நூர் மேட்சிங் சென்டர்' என்ற பெயரில் ஒரு துணிக்கடை நடத்திக் கொண்டிருந்தார்கள்.சைராபானுவிற்கு தையல் கைவந்த கலை. இதனால் அந்த சிறிய கடையிலும் நடுவில் ஒரு தையல் மிஷின் வைத்து தானே தைத்துக் கொடுப்பதும் உண்டு. மேட்சிங் சென்டர் என்பதால் கடை முழுவதும் எல்லா விதமான வண்ணங்களில் பிளவுஸ் துணிகள் மற்றும் சுடிதார் தைப்பதற்கு தேவையான லைனிங் கிளாத்,லேஸ் போன்ற வாடிக்கையாளர்களின் தேவைகளை அங்கே விற்று தங்களால் இயன்றதை சம்பாதித்துக் கொண்டிருந்தனர்.

ரஹீம்-சைரா பானு தம்பதிகளுக்கு இரண்டு குழந்தைகள்;ஆண் ஒன்று, பெண் ஒன்று.கருப்பு நிற பர்தா உடை இல்லாமல் சைராபானுவை பார்க்கவே முடியாது. தொழுகை நேரத்தில் கடையை ஒரு பையனிடம் ஒப்படைத்து விட்டு வீட்டிற்கு போய் தொழுகை முடிந்த பின் மீண்டும் கடைக்கு வந்து வியாபாரத்தை இரவு கடை மூடும் வரை கவனித்துவிட்டு இருவரும் சேர்ந்து வீட்டிற்கு செல்வார்கள். வீட்டில் ரஹீமின் வாப்பாவும் உம்மாவும் குழந்தைகளையும் வீட்டையும் நன்கு கவனித்துக் கொள்வதால் கணவன் மனைவி இருவருக்கும் வியாபாரத்தை கவனம் சிதறாமல் நடத்த முடிகிறது.

நடுத்தர குடும்பம் ஆனதால் வரவிற்கும் செலவிற்கும் சரியாக இருக்கும். வரிசையாக அமைந்த கடைகளில் இரண்டு கடைகளின் பொது சுவருக்கு நடுவில் அமைந்தது தான் இவர்களின் கடை. எனவே கடையை விரிவு படுத்தவும் முடியாது. 'இருப்பதை விட்டு பறப்பதற்கு ஆசைப்படக் கூடாது' என ரஹீமின் வாப்பாவும் உம்மாவும் அவ்வப்போது அவர்களுக்கு அறிவுரை சொல்வதால் இருப்பதைக் கொண்டு நிம்மதியாக வாழ கற்றுக் கொண்டனர் தம்பதிகள் இருவரும்.

நாளாக நாளாக டெல்லி-ஆக்ரா செல்லும் ஆசை தீவிரமானது. ரஹீமின் வாப்பா வீட்டிலிருந்தபடியே சென்ட் வியாபாரம் பார்த்துக்கொண்டிருந்தார். சென்ட் உடன் ஊதுவத்தி, நிஜாம் பாக்கு போன்றவைகளை மொத்த கடைகளில் ஆர்டர் கொடுத்து வாங்கி சின்னச்சின்ன பெட்டிகடைகளுக்கு சப்ளை செய்வது வழக்கம். இதனால் கிடைத்த உபரி வருமானம் ரமலான் பண்டிகை காலத்தில் குடும்பச் செலவிற்கு மிகவும் உதவியாக இருக்கும். மகன், மருமகளின் ஆசை தெரிந்த வாப்பாவும் உம்மாவும் சிக்கனமாக செலவு செய்து பைசா பைசாவாகசேமித்து வைத்து, வரும் ரமலானில் டெல்லி ஆக்ரா சென்று வர தேவையான பணத்தைக் கொடுத்ததும் தம்பதிகள் இருவரும் மிகவும் மகிழ்ந்தனர்.

ரஹூம் சென்னை சென்ட்ரல் ஸ்டேஷன் சென்று கியூவில் நின்று ரிசர்வேஷன் ஃபார்ம் வாங்கிப் பார்த்து, படித்து, அக்கறையுடன் அதை நிரப்பி, பணம் கட்டி டிக்கட்டுகள் வாங்கினார். பயண நாள் வந்தது, குடும்பத்துடன் ஸ்டேஷன் வந்து ரயில் ஏறினார்கள். மூன்றாம் வகுப்பு ஏசி இல்லா பெட்டியில் டிக்கெட் ரிசர்வ் செய்திருந்தார் ரஹூம். குழந்தைகள் குதூகலமாக கொண்டாட்டம் போட்டனர். ஜன்னல் பக்கத்து சீட்டுக்கு குழந்தைகள்

மட்டுமல்லாத வயதான வாப்பாவும் சண்டை போட்டதைப் பார்த்து உம்மாவும் சைராபானுவும் சிரித்தனர்.

ரயில் கிளம்பியது.நெல்லூரைத் தாண்டியது. டிடிஆர் வந்தார். டிக்கெட்டுகளை சரி பார்த்தவர் தன்னிடம் உள்ள லிஸ்டில் பெயர் இல்லையே எனச் சொன்னார். ரஹீம் திணறிப் போனார். ஒரு நாள் பூராவும் கடைக்குப் போகாமல், வியாபாரம் பார்க்காமல், ஸ்டேஷனிலிருந்து பார்த்துப் பார்த்து ஃபார்ம் நிரப்பி, ரிசர்வேஷன் கவுண்டரில் கால்கடுக்க நின்று, பணம் கட்டி டிக்கெட்டுகளை வாங்கி வந்தவர் அவரல்லவா! லிஸ்டில் 'இரஹூம்' என எழுதப்பட்டிருந்தது. டிக்கெட்டில் ரஹீம் என இருந்தது. தமிழ் தெரிந்தவர்கள் ரெண்டு பெயரும் ஒன்று என அறிவார்கள். நெல்லூரில் ஏறிய டிடிஆர் தெலுங்குக்காரர். எனவே பெயரில் மாற்றம் இருப்பதாகச் சொல்லி விட்டுச் சென்றார்.

ரஹீமின் குடும்பத்தினருடன் அதே வண்டியில் பக்கவாட்டு சீட்டில் அமர்ந்திருந்தவர் ரஹீமை பார்த்து," டிடிஆர் உங்களிடம் காசு எதிர்பார்க்கிறார். அதனால்தான் பெயரைக் காரணம் கூறுகிறார் " எனச் சொல்லவும், உம்மா தன் கைப்பையை

திறந்து பணத்தை வெளியில் எடுத்து ரஹூமின் கைகளில் திணித்தார். டிடிஆர் சிறிது நேரம் கழித்து வந்து," என்ன செய்யப் போகிறீர்கள்?" எனக் கேட்கவும், ரஹிம்100 ரூபாயை காட்டினார். உடனே 6 டிக்கெட்டுகளுக்கு 600 ரூபாய் கட்ட வேண்டும் என்று சொன்னதும் உடனே ஆறுநூறு ரூபாயை எண்ணிக் கொடுத்தார் ரஹிம். பணம் வாங்கிக்கொண்டு டிடிஆர் சென்றதும் ரஹீம் "மாஷா அல்லாஹ்" எனச்சொல்லி அமைதியானார்.

பயண செலவிற்காக கொண்டுவந்ததில் சிறிது குறைந்தது வருத்தம் தான்; ஆனாலும் பிரச்சினை முடிந்தது என குடும்பத்தினர் தங்களை ஆசுவாசப்படுத்திக் கொண்டனர். அனைவரும் படுக்கத் தயாராகினர். ரயில் நாக்பூரை நெருங்கிக் கொண்டிருந்தது. திடீரென பக்கத்து சீட்டுக்காரர் அயர்ந்து தூங்கிக் கொண்டிருந்த ரஹீமை தட்டி எழுப்பினார்," உங்கள் வாப்பாவை டிடிஆர் அங்கே பாத்ரூம் பக்கத்தில் நிற்க வைத்து ஏதோ கேள்வி மேல் கேள்வி கேட்டு மிரட்டுவது போல் பேசுகிறார்." எனச் சொன்னதும், என்னவென்று பார்க்க விரைந்து அங்கே போனார் ரஹிம்.டிடிஆர் வாப்பாவின் கைகளை இறுகப் பிடித்துக் கொண்டிருந்தார்; வாப்பாவின் காலடியில் ஒரு கூடை இருந்தது. அந்தக்

கூடையில் பயணத்தின்போது சாப்பிடுவதற்காக என்று உம்மா சில இனிப்பு,காரப் பொட்டலங்களை கொண்டு வந்திருந்தார். ஆனால் டிடிஆர் ரஹூமிடம்,"உங்கள் வாப்பா கஞ்சா வைத்திருந்தார் " எனக் கூறியதும் ரஹிம் நடுநடுங்கிப் போனார். " சார்,அது பாக்கு சார்; தூக்கம் வரவில்லை; பாக்கு போட வேண்டும்போல் தோன்றியது. கூடையில் இருந்த பாக்கை இங்கே விளக்கு வெளிச்சத்திற்கு எடுத்து வந்து தேடினேன். இவர் நம்ப மாட்டேன் என்கிறாரே.... என்ன செய்வேன்?" என வாப்பா புலம்ப ஆரம்பித்தார்.

இக்களேபர சமயத்தில் நாக்பூர் ஸ்டேஷன் வந்து விட்டது. டிடிஆர் வெளியே நின்ற போலீசை கூப்பிட்டு பேசினார். விஷயம் விபரீதம் ஆவதை புரிந்து கொண்ட ரஹிம் டிடிஆரைத் தனியே அழைத்து தான் பணம் தருவதாகச் சொன்னதும், டிடிஆர்,"இது போலீஸ் கேஸ்; எனக்குத் தெரியாது" எனச் சொல்லி போலீசிடம் கண் ஜாடை காட்டி விட்டு ஒதுங்கி நின்றார். போலீஸ் வாப்பாவையும் ரஹீமையும் இரயிலை விட்டு கீழே இறங்கி பிளாட்பாரத்தில் நிற்க வைத்தார்.

உம்மாவும் சைரா பானுவும் விஷயம் கேள்விப்பட்டு எழுந்து ஜன்னல் வழியே பார்த்தால் அங்கே போலீஸ் வாப்பாவையும் ,

ரஹீமையும் இரயிலில் இருந்து இறக்கி விட்டு நிற்க வைத்திருப்பதைப் பார்த்து அழத் தொடங்கினர். சிக்னல் விழுந்ததும் ரயில் மெதுவாக நகர ஆரம்பித்தது. உடனே உம்மா தன்னிடமிருந்த ரூபாய் நோட்டுக்கள் அனைத்தையும் ஜன்னல் வழியாக நீட்டி," அவர்களை விட்டு விடுங்கள்" என கத்த ஆரம்பித்தார். போலீஸ் ரூபாய் நோட்டுக்களை வாங்கிக் கொண்டு இருவரையும் போங்கள் என சைகை காட்டியதும் ரஹீமும் வாப்பாவும் ஓடும் ரயிலில் ஓடிவந்து ஏறினர். அவர்கள் பின்னால் போலீஸ் ரூபாய் நோட்டுகளில் சிலவற்றை டிடியாரிடம் கொடுப்பதை அவர்கள் பார்க்கவில்லை.

கள்ளமில்லா உள்ளத்தோடு கடவுள் வழிபாட்டிற்காக பயணிக்கும் இவர்கள் சில கயவர்களின் கயமைத்தனத்தால் வழிப்பறிக்கு ஆளாவதை அல்லாஹ் தான் கவனிக்க வேண்டும்.

# கிராமத்துக் கிளி

கிராமத்துக் கிளி

ஆண்டிப்பட்டி என்றொரு கிராமம். அங்கே வயிற்றுப் பிழைப்புக்காக வீட்டு வேலை செய்து தன் பிள்ளைகளை வளர்க்கும் ஒரு தாய். அவளது மகன் மோகன். படிப்பு வரவில்லை. நண்பர்களுடன் சேர்ந்து தோட்டங்களில் சுற்றி மரங்களில் தொங்கும் கனிகளைப் பறித்து பசியாறி தன் வாழ்நாளை ஓட்டிக் கொண்டிருந்தான். ஒருநாள் அவர்கள் வீட்டிற்கு அவளது தாயின் சிறுவயது தோழி பார்வதி வந்து இருந்தாள். அவனைப் பார்த்தாள். அவனைப்பற்றி அவரது தாயிடம் விசாரிக்கும் போது தான் தெரியும் அவன் படிப்பு இல்லாமல் வேலை இல்லாமல் சுற்றிக் கொண்டிருக்கிறான் என்று.

`பொறுப்பில்லாமல் இப்படி மகனை வளர்கிறாயே !' என்று தோழி கூறினாள் . "நான் என்ன செய்வது, அவங்க அப்பா இருந்த வரையில் பொறுப்பாக தான் இருந்தான் . அவர் திடீரென இறந்த பின் இவன் இப்படி பொறுப்பில்லாமல் சுற்றுகிறான் . என் பேச்சைக் கேட்பதே இல்லை ."

`சரி, நான் ஒன்று சொல்கிறேன் . கேட்கிறாயா ?' என்று தோழி கூற

`என்ன ?' என்று தாய் கேட்டாள் .

`நான் சென்னைக்கு போகிறேன் . அங்கே தான் எனக்கு வேலை என்று உனக்கு தெரியுமே . உன் பையனுக்கும் அங்கே வேலை வாங்கி தருகிறேன் . அவனை என்னுடன் அனுப்பு .' என்று கேட்டாள் .

`அவனுக்கு சென்னை என்றால் பிடிக்கும் . ஆனால் வேலை என்று சொன்னால் வர மாட்டானே ...' என்றதும்

`வேலைக்கு போவதாக சொல்ல வேண்டாம் . நான் அவனை ஊர் சுற்றிப்பார்க்க கூட்டிப் போகிறேன் என்று சொல்கின்றேன் . நீயும் அப்படியே சொல் .' என்றதும்

' சரி .' என்று தாயும் மோகனிடம் , சென்னை பார்க்க என் தோழி போகின்றாள் . அவளுடன் நீயும் போகிறாயா ?' என்று கேட்டாள் .

மோகனுக்கு சென்னை நகரம் என்றால் மிகவும்

பிடிக்கும் . அவனுக்கு சூர்யா , விஜய் , அஜித் போன்ற நடிகர்களை அங்கு சென்றால் பார்க்கலாம் என்ற எண்ணம் . எனவே அம்மாவிடம் ,” அவர்கள் எப்படி என்னை கூட்டிப் போவார்கள் என்று கேட்டான் ?”

“ அவளுக்கு என்னை ரொம்ப பிடிக்கும் . என்னை கூப்பிட்டாள் . நான் இப்போது வரமுடியாது என்று கூறினேன் . அதனால் உன் பையனையாவது என்கூட அனுப்பேன் என்று கேட்டாள் . நான் என்ன சொல்லட்டும் .....?” என்று மோகனிடம் கேட்கவும் , “ நிஜமாகவே அவர்கள் ஊரை சுற்றிக் காட்டுவார்களா? ” என்று கேட்டான .

“ ஆமாம் . அதற்காகத்தான் அவள் உன்னை கூப்பிடுகின்றாள் .” என்று சொன்னதும் மோகனுக்கு ஒரே சந்தோஷம் .” சரி , தம்பி , பாப்பாவை பத்திரமா பார்த்துக்கொள் . நான் போய் சென்னையை சுற்றி பார்த்து விட்டு வருகிறேன் .” என்று சொல்லி விட்டு மிகவும் பொறுப்புள்ள பையனைப் போல் ஒரு துணிப்பையில் தன்னிடம் இருக்கும் துணிமணிகளை எடுத்துக் கொண்டு புறப்படத் தயாரானான .

தோழியும் தாயிடம் , “ இப்போதைக்கு 100 ரூபாய் தருகின்றேன் வாங்கிக்கொள் . பின்னர் மாதாமாதம் பணம் அனுப்புகிறேன் .” என்று

சொல்லிவிட்டு புறப்பட்டு போனார்கள் . இரவு நேரப் பயணம் . விடியும் நேரத்தில் சென்னை வந்து சேர்ந்தார்கள் . மோகனை ஒரு வீட்டிற்கு அழைத்துச் சென்று காலிங் பெல்லை அழுத்தினாள் பார்வதி . வீட்டிற்குள் இருந்து ஒரு பெண்ணின் குரல் , " யாரது ?" " நான் ..... தாம்மா .... பார்வதி . வேலைக்கு ஆள் கேட்டிருந்தீர்கள் ." என்று சொன்னாள் . " இரு , வருகிறேன் ." என்று சொல்லி அந்தப் பெண்மணி கதவைத் திறந்தார் .

வாசலில் கிராமத்து பையனான மோகனை பார்த்ததும் ," யார் வேலைக்கு வந்து இருப்பது ? " என்று கேட்டார் ." இந்தப் பையன் தான் ; வீட்டோடு வைத்துக் கொள்ளுங்கள் ." என்று சொன்னதும் மோகன் திடுக்கிட்டான் . " இவ்வளவு சிறிய பையனாக இருக்கிறானே ? வேலை தெரியுமா ? கிராமத்து பையனாக வேறு இருக்கின்றானே ?" என்று கேட்டாள் . " இல்லை அம்மா , சொல்லிக்கொடுத்தால் கற்றுக் கொள்வான் . நீங்கள் இரண்டு மூன்று நாட்கள் சொல்லிக் கொடுங்கள் . பழகிக் கொள்வான் ." என்று சொல்லி அவனை அங்கே விட்டு விட்டு போய்விட்டாள் . மோகனுக்கு இப்போதுதான் புரிந்தது ; அவன் திக் பிரமை பிடித்தவன் போல் நின்று கொண்டிருந்தான் . வீட்டுப் பெண்மணி ," இங்கே வா , உன் பெயர்

என்ன ?" என்று கேட்டதும் ," மோகன் " என்று சொன்னான் .

" சரி , சரி , உன் பையை அந்த பால்கனியில் கொண்டு போய் வை . இனி நீ இங்கே தான் படுத்துக்கொள்ள வேண்டும் . இந்த இடம் தான் உனக்கு . முதலில் போய் முகத்தை நன்றாக கழுவி , கைகால்களை கழுவிக்கொண்டு வா . டீ தருகிறேன் ."

முதலாளி அம்மா ரொம்ப நல்ல மாதிரி அவனுக்கு ஒவ்வொரு வேலையாக கற்றுக்கொடுத்தார் . சப்பாத்தி போட்டான் ; டீ போட கற்றுக்கொண்டான் ; வீட்டை பெருக்கி துடைக்க கற்றுக்கொண்டான் ; ஆனால் இரவில் தூங்கும் போது அவனுக்கு கிராமத்து நினைவு வரும் . சில நேரங்களில் எழுந்து உட்கார்ந்து அழ ஆரம்பித்துவிடுவான் . முதலாளி அம்மாவின் மகனும் மகளும் அவனைப் பார்த்து , " இவன் ஏன் இப்படி அழுகின்றான் " என்று அவர்கள் அம்மாவிடம் சொல்லி ," அவனை அனுப்பி விடுங்கள் ... அவன் உங்களுக்கு உதவ மாட்டான் ." என்று சொல்வார்கள் . முதலாளி அம்மா அவனைப் பக்கத்தில் உட்கார வைத்து நிலைமையை விளக்கிச் சொல்லுவார் ." நீ வேலை கற்றுக்கொள் ஒன்று, இரண்டு மாதங்கள் இங்கே இரு . உனக்குப் பிடிக்காவிட்டால் பரவாயில்லை . எங்கள் வீட்டுப் பிள்ளைகள்

மாதிரி உன்னை நாங்கள் பார்த்துக் கொள்கின்றோம். சில நாட்களில் உன்னை நான் கிராமத்திற்கு அனுப்பி விடுவேன். கவலைப்படாதே." என்று கூறி அவனை ஆறுதல் படுத்தினார்கள். அவனும் சரி என்று கேட்டுக்கொண்டு வேலையை கற்றுக் கொண்டான். ஒரு மாதம் ஓடியது. வீட்டில் வேலை செய்து கொண்டிருக்கும்போது ஒரு போன் கால் வந்தது. முதலாளி அம்மா போனில் யாரிடமோ சொல்லிக் கொண்டிருந்தார்கள் ," சரி, சரி, எல்லாம் சரியாகத்தான் இருக்கின்றது ..... போகப்போக சரியாகிவிடும். இன்னும் ஒரு மாதம் போகட்டும். நான் பணம் கொடுக்கிறேன் " என்று சொல்வதைக் கேட்டான். அவனுக்கு ஏதோ புரிந்தும் புரியாதது போல் தோன்றியது. மறுநாள் அவன் சமையல் அறையில் அமர்ந்து சாப்பிட்டுக் கொண்டிருந்தான். அவனுக்கு எப்பொழுதுமே டீயை ஒரு கைப்பிடி உடைந்த டீகப்பில் தான் கொடுப்பார்கள். மெதுவாக சாப்பாட்டு அறைக்கு வந்து நின்றான். எல்லோரும் சாப்பிட்டுக் கொண்டிருந்தார்கள்." உனக்கு என்ன வேண்டும் ?" என்று கேலியாகக் கேட்டார் முதலாளி ஐயா." நீங்கள் எல்லோரும் சாப்பாட்டு மேஜையில் அமர்ந்து சாப்பிடுகிறீர்கள். என்னையும் உங்கள் வீட்டில் ஒருவனாக நினைக்கின்றோம் என்று

சொல்கிறீர்கள் . ஆனால் என்னை சாப்பாட்டு மேஜையில் உட்கார்ந்து சாப்பிட அனுமதிப்பது இல்லையே . அதுமட்டுமல்ல ..... எனக்கு எப்பவும் டீ கைப்பிடி உடைந்த அந்த டீ கப்பில் தான் கொடுக்கிறீர்கள் . இது நியாயமா ?" என்று கேட்டான் ." நான் என் கிராமத்திற்கு போகின்றேன் " என்று அவன் பழைய பல்லவியை ஆரம்பித்தான் . முதலாளி அம்மாவும் அய்யாவும் ஒருவரை ஒருவர் பார்த்துக்கொண்டனர .

" சரி , சரி , இனிமேல் நீயும் இங்கேயே உட்கார்ந்து சாப்பிடு ." என்று சொல்லும்போதே முதலாளியின் மகனும் மகளும் உடனே சாப்பாட்டு மேஜையில் இருந்து எழுந்து கை கழுவி போய்விட்டார்கள் . அவர்களுக்கு இவனை இவ்வாறு இவ்விதம் நடத்துவது பிடிக்கவில்லை என்று மோகனுக்கு புரிந்தது . அன்று இரவு எல்லோரும் படுக்க சென்றனர் . மோகனும் படுத்து தூங்கினான் . காலையில் முதலாளி அம்மா ," டீ போட்டு விட்டாயா ?" என்று கேட்டுக் கொண்டே சமையலறைக்குள் நுழைந்தார் . மோகனை அங்கே காணவில்லை . பால்கனி பக்கம் போய் பார்த்தார்கள் . அங்கே அவன் பையும் இல்லை . பால்கனி வழியாக வெளியே குனிந்து காலனியின் கேட்டை தாண்டி யாராவது போய்க்

கொண்டிருக்கிறார்களா என்று பார்த்தார்கள் .
வெகுதொலைவில் மோகன் ஜன சமுத்திரத்தில் நடந்து போய்க் கொண்டிருந்தான் . அவன் தோளில் துணிப்பை . கிராமத்துக் கிளிக்கு இறக்கை முளைத்து அது சுதந்திரமாக பறந்துகொண்டிருந்தது .

## டீகப்

#### டீ கப்

பாத்திரக்கடைகளில் கண்ணாடி டின்னர் செட், பீங்கான் செட்,ஜூஸ் டம்ளர்கள், சூப் கிண்ணங்கள் என விதவிதமான டிசைன்களில், வண்ணங்களில் அடுக்கிவைத்து இருப்பதை பார்ப்பது தனி சுகம் தான். அங்கு அலமாரிகளில் ஒரு பக்கம் பெரிய அளவிலான டீ கப்புகள் பல வண்ணங்களில், விதவிதமான டிசைன்களில்,' ஜலவ்யு','பெஸ்ட்மதர்','பிரண்ட்' என்று பலவிதமான பளிச்சிடும் எழுத்துக்களோடு அடுக்கப்பட்டிருக்கும் டீ கப்புகளில் ஏன் இத்தனை விதங்கள் என்று சாதாரணமாக நினைக்க தோன்றும். ஆனால் ஸ்ரீமதி போன்ற குடும்பத் தலைவிகளுக்கு தான் அந்த டீ கப்பின் பெருமை புரியும்.

காலை 11 மணிக்கும்,மாலை 5 மணிக்கும் அவ்வளவு பெரிய டீ கப் நிறைய டீ போட்டுக் கொண்டு பால்கனி நாற்காலியில் அமர்ந்து கொண்டு, பக்கத்து பிளாட் பால்கனி பெண்மணிகளை பார்த்து கையசைத்து கொண்டோ,பக்கத்தில் உரசி வளரும் தென்னை மரத்து அணில் குதித்து குதித்து ஓடுவதைப் பார்த்துக் கொண்டோ, காற்றை சுகமாக அனுபவித்துக் கொண்டோ அந்த டீயை பருகுவதில் ஒரு அலாதி இன்பம் இருக்கும். இதை அனுபவிப்பவர்களுக்கு மட்டுமே அதன் சுகம் தெரியும்.

ஸ்ரீமதிக்கு காலையில் எழுந்ததும் குடிக்கும் காபியில் சுகம் கிடையாது. பதினோரு மணிக்கும் மாலை 5 மணிக்கும் குடிக்கும் டீ தான் அவளுக்கு மிக முக்கியம். குழந்தைகள் பள்ளிக்கும், கணவர் ஆபிஸ்க்கும் கிளம்பிச் சென்றபின் வேலைக்காரி 10 மணிக்கு வந்து பம்பரமாக ஒரு மணி நேரத்தில் வீட்டை பெருக்கி, பாத்திரம் கழுவிச் சென்றதும், சுடச்சுட டீயை தன் மனதுக்குப் பிடித்த டிசைனில் வாங்கிய அந்த குறிப்பிட்ட பெரிய டீ கப்பில் எடுத்துக்கொண்டு பால்கனியில் அமர்ந்து இயற்கை சூழலில் ஒவ்வொரு சிப்பாக டீயை அனுபவித்து குடிப்பது அவளது அன்றாட வழக்கம்.

தனிக்குடித்தனம் வந்த புதிதில் அப்படி டா குடிக்கும் போது பிறந்த வீட்டு நினைவுகள் இதமாக வெளியேறுவதை அவள் உணர்வாள். அம்மா,அப்பா, அண்ணன், அண்ணி, தங்கை, பள்ளித் தோழிகள் என எல்லோர் நினைவும் வந்து போகும்.அவ்வாறு வந்த நினைவுகளில் ரமணனும் ஒரு நாள் வந்து போனான். ரமணன் அவரது அண்ணனின் நண்பன். கூட்டுக்குடும்பமாக வாழ்ந்ததால் அவர்கள் வீட்டில் 10 குழந்தைகள் இருந்தனர். அவர்களுடன் விளையாட அவ்வப்போது அண்ணன்களின் நண்பர்களும் வருவதுண்டு. ரமணனும் வருவான்.

பையன்களுக்கு அரும்பு மீசை முளைத்த ரெண்டுங்கெட்டான் வயது. ரமணன் அடிக்கடி ஸ்ரீமதி பக்கம் பார்த்து அசட்டுச் சிரிப்பு சிரிப்பதை அவள் மட்டுமே அறிந்திருந்தாள். ஒரு நாள் அவனுக்கு நேருக்கு நேர் நின்று," மீசை முளைத்து விட்டா.....அதுக்காக ஜன்னல் வழியே பார்த்து சிரிக்கணுமா ? நான் அப்பாட்ட சொல்லவா" எனக் கேட்டதும் அன்று போனவன் தான் அதன்பின் அவன் அவர்கள் வீட்டுப் பக்கமே வரவில்லை. அதை இப்போது நினைத்தாலும் அவளுக்கு சிரிப்பு தான் வரும். டயும், ஓடும் நினைவுகளும் மறைந்ததும் காலி

கப்புடன் பால்கனியை விட்டு சமையல் அறைக்குள் ஸ்ரீமதி செல்வதை காணலாம்.

# கிரகப்பிரவேசம்

கிரகப்பிரவேசம்

சென்னை நகரில் பிறந்து வளர்ந்தவன் வீராச்சாமி;அவனது மனைவி சகுந்தலா; இரண்டு ஆண் குழந்தைகள் ராமு-சோமு; அழகான குடும்பம். வீராசாமி பெயரில் மட்டும் வீரம் இல்லை, உண்மையிலேயே அவன் மிகவும் தைரியசாலி. அவன் மனைவி சகுந்தலாவும் அப்படியே.நடுத்தர வர்க்க குடும்பம் என்பதால் வருவாயும் செலவும் சரிக்குச் சரியாக இருக்கும். அப்பா செய்த ரியல் எஸ்டேட் வேலையையே அவனும் கற்றுக்கொண்டான்.

தொழிலில் இறங்கிய பின் தான் வீராசாமிக்கு புரிந்தது ஒவ்வொரு மனிதனும் தன்குடும்பத்திற்கு என ஒரு வீடு கட்டி ஜாம் ஜாம் என கிரகப்பிரவேசம் வைத்து அதில் குடியேற

வேண்டும் என்ற கனவோடு தான் வாழ்கின்றான் என்பது. அவன் மனதிலும் கிரகப்பிரவேச கனவு துளிர்விட்டு வேரூன்றி விருட்சமாக வளர்வதை உணர்ந்தான். சென்னையில் அவன் தன் பெற்றோர்களுடன் ஆரம்பத்தில் ஜன சந்தடி மிக்க திருவல்லிக்கேணியில் ஒண்டுக் குடித்தன வீட்டில் வளர்ந்தவன். அவன் சம்பாதிக்க ஆரம்பித்ததில் பெற்றோர் பூரிப்புடன் தனிவீடு அமர்த்தினர்.

வாடகை வீடானாலும் ஜன சந்தடி மிக்க பகுதியானதால் ரவுடிகள் உலவும் ஏரியாவாக இருந்தது.பெற்றோர் கலக்கத்துடன் காலம் தள்ளினர்.எப்படியோ பெற்றோரும் வீராசாமியும் வீட்டின் ஒரே பெண்ணான வசந்திக்கு திருமணம் முடித்து அவளை மும்பைக்கு கணவருடன் அனுப்பிய பின்னரே நிம்மதி பெருமூச்சு விட்டனர்.

வீராசாமிக்கும் திருமணம் முடிந்து குழந்தைகள் ஆயிற்று. தன் மன ஆசையை நிறைவேற்ற இதுவே தக்க காலம் என வீராசாமி முடிவெடுத்தான். சென்னை தலைநகரில் சொந்த வீடு என்பது பலருக்கும் எட்டாக் கனிதான். எனவே வீராசாமி புறநகர் பகுதியான மறைமலை நகரில் ரயில்வே லைனை ஒட்டிய இடமாக கிடைத்ததும் மலிவு விலையில் முதலில்

மனையை வாங்கினான். பின் தன் சேமிப்பை எல்லாம் சேர்த்து கணக்குப்போட்டு வங்கியில் லோனுக்கு கை பணத்தை எல்லாம் கட்டி ஏற்பாடு செய்தான்.இதோ இப்போது வீடும் ஆயிற்று.

அவன் மனை வாங்கிய பொழுது அந்த இடம் பொட்டல் காடாக இருந்தது. ரயில்கள் ஓடும் சத்தம் மட்டும் அடிக்கடி கேட்டுக் கொண்டே இருக்கும். இவன் வீடுகட்ட ஆரம்பித்ததும் அங்கொன்றும் இங்கொன்றுமாக ஒரு சிலரும் வீடு கட்ட ஆரம்பித்தார்கள். எனவே ஓரளவிற்கு ஆள் நடமாட்டம் இருந்தது.ஆனால் இரவில் தெரு விளக்குகளும் அதிகம் போடப்படாததால் ஆள் நடமாட்டம் மிகக் குறைவாகவே இருக்கும். கிரகப்பிரவேசத்திற்கு மும்பையிலிருந்து அக்கா வசந்தி அத்தான் குழந்தைகளுடன் குடும்பமாக அவசியம் வரவேண்டும் என அழைப்பு விடுத்து அழைப்பிதழ் அனுப்பினான்.ஆனால் கொரோனாவால் மும்பையை விட்டு வெளியேற முடியாமல் அக்கா குடும்பத்தினர் வரவில்லை.

மிக எளிமையாகவே கிரகப்பிரவேசம் நடந்தது.புது வீட்டிற்கும் வந்தாயிற்று. வந்தபின்தான் வினையே ஆரம்பித்தது.வந்த சில நாட்களில் வீராசாமி வேலைக்குப் போக

ஆரம்பித்தான். ஏப்ரல் மாத லீவில் குழந்தைகள் வீட்டில் விளையாடிக் கொண்டிருந்தனர். வெளியே ஏதோ சத்தம் கேட்கவும் என்ன ஏது என்று பார்க்க சகுந்தலா வாசலைத் திறந்தாள். வீட்டின் முன்னே தெரிந்த வெட்ட வெளியில் ஒருவன் அவர்கள் வீட்டிலிருந்து இரண்டு மனை தாண்டி குடியேறிய வீட்டினரின் குழந்தையை தூக்கிக்கொண்டு ஓடிக்கொண்டிருந்தான். குழந்தை கத்திக்கொண்டிருந்தது.அவன் குழந்தையின் வாயையும் பொத்திக் கொண்டு ஓட வேண்டி இருந்தது. சகுந்தலாவிற்கு எங்கிருந்துதான் அப்படி ஒரு தைரியம் வந்ததோ தெரியாது,"டேய்…. டேய்….. விடுடா குழந்தையை….. ஓடி வாருங்கள்…… குழந்தையை தூக்கிக் கொண்டு போகிறான். ஓடிவாங்க….. ஓடிவாங்க….."என கத்திக்கொண்டே கிடைத்த கற்களை பொறுக்கி அவன் மீது வீசத் தொடங்கினாள்.

கூச்சல் கேட்டு அக்கம் பக்கத்தினர் ஓடி வந்தனர். இரயில்வேலைனின் பக்கத்தில் ரோடு கரடுமுரடாக இருந்தது. திருடன் தடுமாற, குழந்தை கையில் இருந்து நழுவ, குழந்தையை விட்டுவிட்டு ஓடிவிட்டான். சகுந்தலா ஓடிச் சென்று குழந்தையை தூக்கி அதன் பெற்றோர்களிடம் ஒப்படைத்தாள். அனைவரும் அவளைப் பாராட்டினார்கள்.

ஆனால் சகுந்தலாவின் உடம்பு நடுக்கம் குறையாமல் மனமும் பயத்தால் உறைந்து போய் விட்டது. வீராசாமி வீட்டிற்கு வந்ததும் உடனே வீட்டை காலி செய்து ரவுடிகள் நிறைந்த ஏரியாவாக இருந்தாலும் பரவாயில்லை பழைய வீட்டிற்கு வாடகை வீடு ஆனாலும் பரவாயில்லை போய்விடலாம் என புலம்ப ஆரம்பித்தாள்.வீராசாமி மிகவும் கவலைப்பட ஆரம்பித்தான்.

இதனிடையே கொரொனாவுடன் வாழப் பழகிய மக்கள் ஊர் விட்டு ஊர் போக அரசாங்கம் அனுமதி அளித்தது என்று மும்பையிலிருந்து அக்கா வசந்தியும் குடும்பத்தோடு ரயிலில் சென்னை வந்து இறங்கினார்கள். வீராசாமி குழந்தைகளையும் அழைத்துக்கொண்டு வரவேற்கப் போனான். அக்காவும் அத்தானும் இரயிலை விட்டு இறங்கிய பின் குழந்தைகள் ஒருவரை ஒருவர் பார்த்து "ஹை" சொல்லிக்கொண்டிருக்கும்போதே வீராசாமி அருகில் ஙூங்கியும் பனியனும் கழுத்தில் கைக்குட்டையுமாக இரண்டு பேர் வந்து நின்று," என்ன அண்ணாத்தே! எல்லாம் நல்லபடியா வந்து சேர்ந்தார்களா?"என விசாரிக்கவும் வீராசாமி அவர்களை கண் ஜாடை காட்டி அனுப்பவும், அக்கா அத்தான் இருவரும்," என்ன

இதெல்லாம் தம்பி? இவங்க எல்லாம் யாரு?" எனக் கேட்கவும்," அதெல்லாம் ஒன்னும் இல்லை.... நீங்க வாங்க...."எனச் சொல்லி வீராசாமி லக்கேஜ்களை எடுத்துக்கொண்டு குழந்தைகள் அனைவரையும் அழைத்துக் கொண்டு அவர்களுடன் சிரித்து பேசிக்கொண்டு முன்னால் நடக்க ஆரம்பித்தான்.

சென்ட்ரலில் இருந்து மின்சார ரயிலில் மறைமலைநகர் வந்து சேர்ந்தனர். முன்பு பார்த்த ஆசாமிகள் இருவரும் ஆளுக்கொரு ரிக்ஷாவை பிடித்துக்கொண்டு ஸ்டேஷன் வாசலில் இவர்களுக்காக காத்திருந்தனர். லக்கேஜையும் குழந்தைகளையும் ஏற்றிவிட்டு வீராசாமியிடம்," நீங்க முன்னாடி போங்க. நாங்க பின்னாலேயே வாரோம்" எனச் சொல்லி தங்கள் சைக்கிள்களை எடுக்கச் சென்றனர். அக்காவிற்கு அவர்களைப் பார்க்கவே பயமாக இருந்தது. இவர்கள் ஏன் இப்படி நம்பின்னால் வரவேண்டும் என்ற கேள்வி அவளை குடைய ஆரம்பித்தது. ஒரு வழியாக வீடு வந்து சேர்ந்தனர்.

வீட்டிற்குள் அடியெடுத்து வைத்தும் லூங்கிஆசாமிகள் இருவரும்," அண்ணாத்தே,யக்கா... போய்வாரோம்"என

வீராசாமியிடமும் சகுந்தலாவிடமும் சொல்லிச் செல்லும்போது அக்கா வசந்தி சகுந்தலாவிடம், " இவர்களைத் தெரியுமா?"எனக் கேட்டதும்," இந்த ஏரியாக்காரர்கள் தான். அவ்வப்போது துணைக்கு வருவார்கள்" என சகுந்தலா கூறவும்," துணை எதற்கு?" என அத்தான் கேட்கவும், "இரவில் இங்கே தெருவிளக்குகள் அதிகம் கிடையாது" என்று வீராசாமி கூற," அப்படியா" என்று அக்காவும் அத்தானும் கூறிக்கொண்டு வீட்டிற்குள் நுழைந்தனர்.

புது வீடு வசந்திக்கும் அவள் கணவருக்கும் வீராசாமியின் வாழ்நாள் சாதனையாகத் தோன்றியது. அக்கா தம்பியை மிகப் பெருமையுடன் பார்த்தாள். சகுந்தலாவின் முகத்தில் பூரிப்பு தெரியாதது வசந்திக்கு புதிராக இருந்தது. இரவில் சாப்பிட்டு அனைவரும் படுக்க சென்றனர்.அப்போது வீட்டின் பின்பக்கத்திலும் கூரை மேலும் கற்கள் வந்து விழுவது போன்ற சப்தம் கேட்டதும் சகுந்தலா வீட்டின் கதவுகளையும் ஜன்னல்களையும் மூடி அனைவரையும் படுக்கை அறைக்குள் வேகவேகமாக அனுப்பினாள்.

மறுநாள் காலை அக்காவும் தம்பியும் தங்கள் பழைய கதைகளைப் பேசிக்

கொண்டிருந்தனர். குழந்தைகள் நால்வரும் ஓடிப்பிடித்து கண்ணாமூச்சி ஆட்டம் விளையாடிக்கொண்டிருந்தனர். தனிவீடு ; அதுவும் விசாலமான வீடு; விளையாட பெரிய முற்றம்;இப்படி புறநகர்ப் பகுதியில் வீடு அமைந்தது தம்பியின் அதிர்ஷ்டம்தான் என வசந்தி புகழ்ந்து கொண்டே இருந்தாள். ஒரு கட்டத்தில் பொறுக்காமல் சகுந்தலா தன் மனதின் கவலையை வெளிப்படுத்தினாள். பிள்ளை பிடிக்க வந்த அவனைப் பற்றிக் கூறும் போது அவள் எவ்வளவு தூரம் பயந்துவிட்டாள் என்பது வசந்திக்குப் புரிந்தது.வசந்தியும் அவள் கணவரும் இப்போது சகுந்தலாவை மிகவும் வியப்புடன் நோக்கினர். அவர்கள் பார்வை புரியாமல் சகுந்தலா தன் பேச்சை நிறுத்தினாள்.

வீராசாமி

அக்காவிடம்,"அக்கா, நீயே சொல். இதற்காக இந்த வீட்டை விட்டுப் போக வேண்டுமா? என் உழைப்பு முழுவதையும் கொட்டி இந்த வீட்டை கட்டி இருக்கிறேன். என்னால் வேறு வாடகை வீடு பார்ப்பதற்கு கூட பைசா செலவு செய்ய பண்ண முடியாது. என் நிலைமையைப் புரிந்துகொள்ளாமல் பேசுகிறாள். நான் இங்கேதான் இருப்பேன்; நிம்மதியாக ,சந்தோஷமாக இருப்பேன்; எந்த நிலை வந்தாலும் இங்கேயே இருக்க என்னை தயார்

படுத்திக் கொள்வேன். இதை இவளிடம் எடுத்து சொல்லுக்கா" என்றான்.

வசந்தி சகுந்தலாவின் கைகளைப் பரிவோடு பற்றி," சகுந்தலா, உன் திறமை உனக்குத் தெரியாது.எங்களுக்குப் புரிகிறது. நீ ஒரு காவல் தெய்வம் போல் அந்தக் குழந்தையை காப்பாற்றி இருக்கிறாய். அது எப்பேர்ப்பட்ட வீரச்செயல்! அந்த தைரியம் யாருக்கு வரும்! அப்படியிருக்க, நீ ஏன் கவலைப்படுகிறாய்? உன் பலத்தை நீ புரிந்து கொள்.இன்னும் ஓரிரு வருடங்களில் இந்த இடம் வளர்ந்து விடும்.ஜன நடமாட்டம் அதிகரித்து விடும். எனவே வீராச்சாமியின் கனவை நனவாக்க உறுதி கொள்.எல்லாம் நல்லபடியாக நடக்கும். பயத்தை விடு" என்று சொன்னதும், வசந்தியின் கணவர் அவள் அருகில் பரிவோடு வந்து நின்று," ஆம்...பஹன் ஜி!கவலைப் படாதீர்கள். இந்த வீடு உங்களுக்கு கிடைத்த வரம். நீங்கள் இருவரும் மிக சிறப்பாக வாழ்வீர்கள்." என்று கூறியதும் சகுந்தலாவின் முகத்தில் ஒளி தோன்றியது; பயம் விலகியது.

வீராசாமியை மனதில் மகிழ்வுடனும் கண்களில் காதலுடனும் சகுந்தலா பார்த்து," பால் காய்ச்சி விட்டேன்.காப்பி போட உதவக்கூடாதா?"" என கேட்டுக் கொண்டு

சமையலறைக்குள் நுழைய வீராசாமிக்கு அன்று தான் உண்மையிலேயே கிரகப்பிரவேசம் நடந்தது போன்ற உணர்வுடன் உற்சாகமாக அவளைப் பின்தொடர்ந்தான்.

## எவ்வளவு காலம் தான் ந

எவ்வளவு காலம்தான்நானும்.....

வீட்டில் இன்று இரவு விருந்துக்கு ஏற்பாடு நடைபெற்றுக் கொண்டிருந்தது வினித் அமெரிக்காவிலிருந்து படித்து முடித்து வந்திருக்கிறான். அங்கேயே வேலைக்கும் ஏற்பாடு செய்து விட்டான். அவன் திரும்பும் முன் அவனுக்கு மணம் முடிக்க பெற்றோர் விரும்பினர். வனிதா வினித்தின் மாமா பெண்; சென்னை நகரில் பிறந்து வளர்ந்த நாகரிக பெண்; அவள் தாயார் ரோஸி டெல்லியில் பிறந்து வளர்ந்தவள். தன்னைப் பற்றியே மிகப் பெருமையாக நினைப்பவள்.

ரோஸி வனிதாவை மார்டன்கேளாக வளர்ப்பதாகச் சொல்லி அவளை எப்பொழுதும்

கவுன், பேன்ட்- சட்டை போடச் சொல்வாள். வீட்டிற்கு யார் வந்தாலும், அவர்கள் இளைஞர்களாக இருப்பினும், அவர்களை தானே வரவேற்று உபசரித்து பேசுவாள். அவர்களின் கைகளைப்பிடித்துக் குலுக்குவது,தோள்மேல் தட்டித்தட்டி பேசி சிரிப்பது எதுவுமே மகள் வனிதா விற்கு பிடிப்பதில்லை; அவள் அப்பாவிற்கும் பிடிக்காது என்று தெரியும்.ஆனால் இருவருமே ரோஸியிடம் இது பற்றிப் பேசத் தயங்கினர்.ஆனால் எவ்வளவு காலம்தான் வனிதாவும் பொறுப்பாள்.....

அம்மா அவளை இன்றும் விருந்திற்காக என்றும் போல் கவுன் போடச்சொல்லி எடுத்து வைத்து விட்டுப் போனாள். வனிதா மனதில் ஓர் முடிவு எடுத்தாள். அழகான அவள் வெண்ணிறஅழகுக்கு பொருத்தமான ரோஜா கலர் புடவையை அதற்கு மேட்சாக கண்கவர் டிசைனர் பிளவுஸ் போட்டு அணிந்துகொண்டாள்; தலையை பின்னலிட்டு நெற்றிச்சுட்டி அணிந்து,அலங்கார பொட்டிட்டு, மல்லிகை மலர் சூடி, பெண்ணுக்கு உரிய நளினத்துடன் விருந்து நடக்கும் அறைக்கு வந்தாள். வினித் மட்டுமெல்லாமல் அனைவரும் அவளை வியப்புடன் பார்த்தனர். வினித்தின் பார்வையில் காதல் தெரிந்ததும் ரோஸியின் தாயுள்ளம் தடம்புரண்டது; அவள் சமையலறை

நோக்கி நடக்க ஆரம்பித்தாள் மற்ற வேலைகளை கவனிக்க...........

# பிறந்த நாள் பரிசு

பிறந்தநாள்பரிசு

செ‌ன்னை நகரின் அரசாங்க அலுவலகத்தின் உயர் அதிகாரி சுந்தரத்தின் ஒரே மகன் ஆதி. 9 வயது கடந்த மகன் ஆதியின் பிறந்த நாளை மிகவும் ஆடம்பரமாக கொண்டாட நினைத்தார் அவனது அப்பா சுந்தரம். உயர்மட்ட நடுத்தரவர்க்க குடும்பமானதால் அம்மாவும் அப்பாவும் தங்கள் உறவினர்கள், நண்பர்கள் முன்னிலையில் தங்கள் ஆடம்பர வாழ்க்கையை பிரகடனம் செய்வதில் தயக்கம் காட்டியதில்லை. இதற்காகவே தங்கள் ஒரே மகன் ஆதியை சென்னையில் அவர்கள் வசிக்கும்

பகுதியிலேயே இருக்கும் உயர்ந்த பள்ளியில் சேர்த்து படிக்க வைத்தனர்.

பிறந்தநாள் அழைப்பிதழ் தயாரானது. சுந்தரம் முதலில் அழைப்பிதழ்களை தன் அலுவலக அதிகாரிகளுக்கு வழங்கினார். அவர் மனதில் தன் உயர் அதிகாரி தன் வீட்டிற்கு வர வேண்டும்; தன் உயர்ந்த ஆடம்பர வாழ்க்கை கண்டு வியக்க வேண்டும் என்பதே நோக்கமாக இருந்தது. இதற்காகவே உயர் அதிகாரி திரு.படேல் அவர்களை மிகவும் வருந்தி அழைத்து இருந்தார்.

ஆதி தன்னுடன் படிக்கும் அரவிந்த், அசோக், மகேஷ், ரமேஷ் முதலிய நண்பர்களைத் தன் பிறந்த நாள் கொண்டாட்டத்திற்கு வருமாறு அழைத்திருந்தான். அவனது நண்பர்களில் அவனுக்கு மிகவும் பிடித்தவன் மகேஷ் தான். ஒரு மாதத்திற்கு முன்பே தன் நண்பர்களிடம் தன் பிறந்த நாள் கொண்டாட்ட ஏற்பாடுகளைப் பற்றி ஒவ்வொரு நாளும் கதை கதையாக கூறிக் கொண்டிருந்தான்.

ஆதியின் அப்பா சுந்தரம் சென்னை நகரில் உயர் அரசாங்க அதிகாரிகள் வாழும் அண்ணாநகர் பகுதியில் பெரிய சொகுசு பங்களா கட்டி இருந்தார். அந்தப் பெரிய வீட்டில் தன் பிறந்த நாள் கொண்டாட்டத்திற்காக

வண்ண வண்ண அலங்காரப் பூக்களாலும் பலூன்களாலும் எவ்வாறெல்லாம் அலங்கரிப்பார்கள் தெரியுமா என்று தன் நண்பர்களிடம் ஆதி முதல் நாள் விவரித்துக் கொண்டிருந்தான்.

மறுநாள்,"வீட்டில் கேக் செய்ய மாட்டார்கள்; 'க்ரீம் கிங்' ஷாப்பில் ஆர்டர் செய்து வரவழைக்க ஏற்பாடு செய்திருப்பதாக கூறினான். அடுத்த நாள் தன் நண்பர்களிடம்,"உங்களுக்கு என்ன ஜூஸ் பிடிக்கும்?" என கேட்க, ஆளுக்கொரு ஜூஸாக ஆரஞ்சு, லெமன், கிரேப், ஆப்பிள் என சொல்லவும், தன் பிறந்த நாளன்று அவர்கள் அருந்தி மகிழ அவர்களுக்கு பிடித்த ஜூஸ் வழங்க ஏற்பாடு செய்யப்பட்டிருப்பது குறித்து மிக மகிழ்ச்சியுடன் சொன்னான். அவர்கள் அனைவரும் எவ்வளவு விரும்புகிறார்களோ அவ்வளவு ஜூஸ் குடிக்கலாம்; யாரும் திட்ட மாட்டார்கள் என்று சொல்லி நண்பர்கள் அனைவரும் சிரித்து கனவில் மிதந்தனர்.

பிறந்தநாள் கேக் வெட்டிய பின் எல்லோருக்கும் சாக்லேட் கொடுப்பார்கள்; எல்லோருக்கும் பெரிய பலூன் கொடுப்பார்கள்; பலூன்களை 'டப், டப்' என வெடித்து கொண்டாடுவார்கள்; அதன்பின் ஆதி தன் நண்பர்கள் அனைவருடனும் சேர்ந்து நின்று போட்டோ

எடுத்துக் கொள்ளலாம் என்று பிறந்த நாள் கொண்டாட்ட நிகழ்வுகளை பற்றி பேசி மகிழ்ந்து கொண்டிருந்தான்.

பிறந்த நாள் வந்தது. நண்பர்கள் அனைவரும் வந்து சேர்ந்தனர். வந்ததும் நண்பர்கள் ஆதியிடம் தங்கள் பெற்றோர்கள் 8 மணி வரை தான் இருப்பார்கள்; அதன்பின் நாங்கள் கிளம்பி விடுவோம் என்று சொன்னதும் ஆதியும் 8 மணிக்குள் பிறந்தநாள் கொண்டாட்ட நிகழ்ச்சிகள் நடந்து விடும் கவலைப்பட வேண்டாம் என உறுதியளித்தான். ஆனால் நடந்ததோ வேறு. அப்பாவின் உயர் அதிகாரி நேரத்திற்கு வரவில்லை.அவர் வந்த பின்தான் கேக் வெட்ட வேண்டும் என்று அப்பா சொன்னதும் ஆதிக்கும் அவனது நண்பர்களுக்கும் ஏமாற்றம் ஆயிற்று.

நண்பர்களின் பெற்றோர்களும் உறவினர்களும் முணுமுணுக்க ஆரம்பித்தார்கள். எட்டு மணி ஆனதும் நண்பர்கள் புறப்பட ஆரம்பித்தார்கள். ஆதி தன் நெருங்கிய நண்பன் மகேஷை தன்னுடன் இருக்குமாறு சொன்னான். ஆனால் அவர்கள் வசிக்கும் வீடு வெகு தொலைவில் உள்ளதால் அவனது பெற்றோர் நாளை பள்ளி செல்ல வேண்டும் என்று சொல்லி மகேஷை அழைத்துக்

கொண்டு சென்றுவிட்டனர். ஆதி அழ ஆரம்பித்தான். கேக் வெட்டாமல் நண்பர்கள் சென்றதால் ஏமாற்றத்திற்கு ஆளான ஆதி தன் அறைக்குள் சென்று அழுது கொண்டே படுத்தவன் தூங்கிவிட்டான். பல நாள் கனவுகள் கானல் நீராய் கலைந்தது.

எட்டு மணிக்கு மேல் திரு.படேல் வந்தார். அப்பா உடனே சுறுசுறுப்பாக எல்லோரையும் அறிமுகப்படுத்திவிட்டு ஆதியை கூப்பிட்டார். அம்மா உடனே ஆதியை தூக்கத்திலிருந்து எழுப்பி அழைத்து வந்தார்.படேல் தன் வலது கையை நீட்டி,"ஹேப்பி பர்த் டே டு யூ!" என்று சொன்னதும், ஆதி முறைத்துக் கொண்டு நின்றானே தவிர தன் கையை நீட்டி குலுக்க மறுத்தான். அப்பாவும் அம்மாவும் மிகவும் சங்கடப்பட்டுப் போனார்கள்.அப்பா அதட்டலாக," ஆதி, அங்கிளுக்கு தேங்க்யூ சொல்"என்று சொன்னதும் ஆதிக்கு வந்ததோ அழுகையும் கோபமும். உடனே அப்பாவைப் பார்த்துக் கத்த ஆரம்பித்தான்," நான் அங்கிளுக்கு தேங்க்யூ சொல்ல மாட்டேன்; நான் கேக் வெட்ட மாட்டேன்;என் பிரண்ட் மகேஷ் போய்விட்டான்; நான் ஏன் இந்த அங்கிளுக்காக கேக் வெட்டணும்? நான் கேக் வெட்ட மாட்டேன்" என்றான். அப்பா சிறிதும் யோசிக்காமல் பளார்

என அவன் கன்னத்தில் அறைந்து விட்டார். ஆடம்பர வாழ்க்கையில் மூழ்கிய அப்பா தன் பையனின் பிறந்தநாள் பரிசாக கொடுத்தது கன்னத்தில் பளாரென்று ஒரு அறை. கன்னம் தடித்துப் போனது. சிவந்த கன்னத்தில் விரல்களின் தடம் தெரிந்தது. ஆதி அம்மாவிடம்," நான் நாளை ஸ்கூலுக்குப் போகமாட்டேன்" என்று சொல்லி விசும்பினான்.

# மாறியும் மாறாத ஒப்பந்தங்கள்

கதை                                              14

மாறியும் மாறாத ஒப்பந்தங்கள் கதையின் நாயகி நர்ஸ் மேரி. பொதுவாக ஆஸ்பத்திரியில் எல்லோருக்கும் அவளை சிஸ்டர் மேரி என்பதைவிட சிடுமூஞ்சி மேரி சிஸ்டர் என்று சொன்னால்தான் புரியும். அந்த அளவிற்கு சிடுசிடுவென ஆஸ்பத்திரியில் வலம் வரும் மேரியின் சிறுமிப் பருவம் குறும்புத்தனமும் கும்மாளமுமாக இருந்தது தான்.

நம் நாடு சுதந்திரம் வாங்கிய போது மக்கள் தொகை 30 கோடி. மக்கள் தொகை கட்டுப்பாடு பேசப்படாத காலகட்டம். மேரியின் தாய் தகப்பனாருக்கு அந்த சமயத்தில் மொத்தம் எட்டு குழந்தைகள்; முதல் நான்கு பெண் குழந்தைகளுக்கு பின்

வரிசையாக மூன்று ஆண் குழந்தைகள் ; இவர்களின் கடைக் குட்டியாக பிறந்தவள்தான் மேரி, கடைக்குட்டி என்பதாலேயே மிகுந்த செல்லம் . 4 , 5 வயது சிறுமியாக இருக்கும்போது சுட்டித்தனம் அதிகமாயிற்று. குடும்பத்தினருடன் ஞாயிறுதோறும் சர்ச் போவது வழக்கம். சர்ச்சில் வழிபாடு நடக்கும் போது மேரி மட்டும் தன் வயது குழந்தைகளோடு சர்ச்சுக்கு வெளியே உள்ள திறந்த வெளியில் ஓடிப் பிடித்து விளையாடுவாள். அங்கே இருக்கும் கடைகளில் தான் கேட்பதை அப்பா வாங்கி கொடுக்காவிட்டால் தரையில் விழுந்து புரண்டு அழுவாள் . 7 , 8 வயதிலும் வழிபாட்டில் கலந்து கொள்ள விருப்பம் இல்லாமல் மற்ற குழந்தைகளுடன் சேர்ந்து கொண்டு சர்ச்சுக்குப் பக்கத்து மாந்தோப்பில் சுவர் ஏறி குதித்து சென்று மாங்காய் அடித்து சாப்பிடுவாள். அப்பா கூப்பிடும் சத்தம் கேட்டால் மீண்டும் சுவர் ஏறி குதித்து ஓடி வரும் போது காலில் அடிபட்டாலும் அதை வெளிக்காட்டாமல் துள்ளிக் குதித்து ஓடி வருவாள் . இவ்வாறு சுட்டித்தனத்துடன் தான் அவளது சிறுமிப் பருவம் கடந்தது. அவளுக்கு வயது வரும் சமயத்தில் வீட்டில் மூத்த பெண்கள் திருமணமாகி ஒவ்வொருவராக தத்தம் கணவருடன் மாமியார் வீடு போய் விட்டார்கள். அண்ணன்களும்

கல்லூரி, படிப்பு, வேலை என வெளியூரில் தங்க ஆரம்பித்தனர். மேரி மட்டுமே வீட்டில் அப்பா அம்மாவுடன். எப்போதும் போல் இப்போதும் மேரி சர்ச்சில் வழிபாட்டில் உட்காராமல் வெளியேதான் விளையாடிக் கொண்டிருப்பாள். ஒரு நாள் அன்று விளையாட ஒரு புதுப் பையன் வந்து சேர்ந்தான். அவன் பெயர் ஜோசப். பார்க்க அழகாக நிறமாக இருந்தான். சுருள்முடி அவன் முகத்திற்கு வசீகரத்தை அளித்தது. முதல்நாள் சந்திப்பிலேயே மேரிக்கும் ஜோசப்பிற்கும் பிடித்துப்போனது. இருவரும் நட்புடன் பேசி சிரித்து விளையாடினர்.

ஒரு நாள் ஜோசப் மேரியிடம் தன் விருப்பத்தைத் தெரிவித்தான். இரண்டும் கெட்டான் வயது என்பதால் மேரிக்கு முதலில் எதுவும் புரியவில்லை. சில மாதங்கள் ஆயின. மேரிக்கும் ஜோசப்பின் மீது நம்பிக்கை வரலாயிற்று. இருவரும் பள்ளிப்படிப்பு முடிந்ததால் அவரவர் பாதையில் செல்லும் காலம் வந்தது. மேரிக்கு வாழ்க்கையின் லட்சியம் நர்சாக வேண்டும் என்பது. உள்ளூர் கல்லூரியில் நர்ஸ் கோர்ஸ் இருந்ததால் மேல்படிப்பை தொடர தடை இல்லாமல் இருந்தது. ஆனால் ஜோசப் சிரித்து சிரித்துப் பேசினாலும் தன் வாழ்க்கை லட்சியத்தை அடைய எந்த ஊருக்கும் செல்ல புறப்படத்

தயாராக இருந்தான். அவன் விருப்பப்படியே பெங்களூரு ஏரோநாட்டிக் இன்ஜினியரிங் படிக்க இடம் கிடைத்ததும் கிளம்ப ஏற்பாடாயிற்று.

புறப்படும் முன் சர்ச்சின் வெளியே வழக்கம்போல் சந்திக்கும் இடத்தில் மேரியை சந்தித்து அவள் கையில் சத்தியம் செய்து கொடுத்தான். தான் படிப்பு முடிந்து வந்ததும் அவளை ஏற்றுக் கொள்வதாக .

வருடங்கள் ஓடின. மேரியின் நர்ஸ் ட்ரெயினிங் முடிந்து உள்ளூர் ஆஸ்பத்திரியில் நர்ஸ் வேலை கிடைத்தது அவளுக்கு மட்டுமல்ல அம்மா அப்பாவிற்கும் சந்தோஷம். ஏனென்றால் அவ்வயதானவர்களை கவனிக்க தற்சமயம் மேரியை விட்டால் வேறு யாருமில்லை. மற்ற பிள்ளைகள் அனைவரும் தத்தம் வாழ்க்கையில் பிஸியாகிவிட்டனர்.

மேரிக்கும் நல்ல வாழ்க்கை துணை அமைய வேண்டி அம்மா அப்பா இருவரும் ஞாயிறுதோறும் சர்ச்சில் கர்த்தரிடம் வேண்டிக்கொள்வார்கள். மேரி இப்போதெல்லாம் சர்ச் வழிபாட்டில் மிகவும் ஈடுபாட்டோடு கலந்து கொள்ள ஆரம்பித்தாள். படிப்பு முடிந்து ஜோசப் லீவில் ஊருக்கு வந்தான். மேரி மிக ஆவலுடன் அவனைப் பார்க்கச் சென்றாள். சர்ச்சில் இருவரும் சந்தித்தனர்.

ஜோசப்பின் நடை உடை பாவனைகள் மிகவும் மாறித் தெரிந்தன. அவன் பைலட் டிரெயினிங்கிற்காக மீண்டும் பெங்களூரு செல்ல வேண்டும். வேலை கிடைத்தபின் பல நாடுகளுக்கு பறக்கும் கனவில் மிதந்து கொண்டிருந்தான். மேரியும் தன் வாழ்க்கை கனவுகளோடு அவனைப் பார்த்தாள். அவனோ தத்துவம் பேசினான், " நாம் வாழ்க்கையில் சில நேரங்களில் சில விஷயங்களை அட்ஜஸ்ட் செய்து போவதுதான் எல்லோர் முன்னேற்றத்திற்கும் நல்லது. மூன்று வருடங்களுக்கு முன் நமக்குள் பக்குவம் இல்லாமல் நாம் செய்து கொண்ட ஒப்பந்தங்களை இப்போது பரிசீலனை செய்ய வேண்டும்; உன் பாதை வேறு; லட்சியம் வேறு; என் பாதை வேறு; என் லட்சியம் வேறு; எனவே நாம் நடந்ததை மறப்போம்; இனி நடக்கப் போவதை நினைத்து வாழ்வோம். " என மிக அலட்சியமாக அவன் பேசுவதை கேட்ட மேரிக்கு ஏமாற்றத்தை விட வியப்புதான் அதிகமானது. ஜோசப் மாறுவான் என்று அவள் கனவிலும் நினைத்தது இல்லை. அவனை மனப்பூர்வமாக நம்பினாள். அவனோ அசால்ட்டாக அவளை உதறி விட்டு போய்விட்டான்.

மேரி அழவில்லை; அரற்றவில்லை; அமைதியானாள். ஜோசப்பை பொறுத்தவரை

அது மாறிய ஒப்பந்தம். ஆனால் மேரியை பொறுத்தவரை அது மாறியும் மாறாத ஒப்பந்தமாக அவள் வாழ்வில் நிலைத்து விட்டது. திருமண ஆசைகளை உதறிவிட்டு, வலி வேதனை என வரும் நோயாளிகளின் உலகத்தில் அவள் தன்னை ஐக்கியப்படுத்திக் கொண்டாள். வேலையில் மனதை செலுத்தி ஒரே நினைவாக வலம் வந்தாலும் அவள் முகம் மட்டும் அவ்வப்போது சிடுசிடுவென கடுப்பாகிவிடும். அதனாலேயே ஐம்பது வயதிலும் திருமணம் செய்து கொள்ளாமல் சிடுசிடுவென வலம் வரும் மேரியை பலரும் சிடுமூஞ்சி மேரி என அழைப்பது வழக்கம் தானே                                                        !

## திரை கடல் தாண்டி திரவியம் தேடு

திரை கடல் தாண்டி<br>திரவியம்தேடு

கதையின் நாயகன் விக்னேஷ்.மதுரைக்கு அருகே ஒரு கிராமத்தில் கூட்டுக் குடும்பத்தில் பிறந்தவன். கூட்டுக்குடும்பத்தில் உறவுகள் அதிகம்; அன்பும் பாசமும் கொட்டிக்கிடக்கும்; ஆனால் பணத் தட்டுப்பாடும் குறைவு இல்லாமல் இருக்கும்.வயதான தாத்தா வீட்டின் ஒரு மூலையில் கட்டிலில் படுத்து இருப்பார்; பெரியப்பா பெரியம்மாவின் குழந்தைகளும் கல்லூரிப் படிப்பு முடிந்து நல்ல வேலைக்காக அலைந்து கொண்டிருப்பார்கள்; அப்பா அம்மா இருவரும் பெரியவர்களின் சொல்படி அவர்களின் நிழலில் வாழ்ந்து கொண்டிருப்பார்கள்.

குடும்பத்தின் பின்னணியை மனதில் வாங்கிய விக்னேஷ் படிப்பு முடிந்ததுமே, 'திரை கடல் தாண்டி திரவியம் தேடு' என்ற வார்த்தையை கவனத்தில் கொண்டு அமெரிக்கா பறந்தான். 10 வருடங்கள் போனதே தெரியவில்லை. அமெரிக்காவின் ஆடம்பர வாழ்க்கையால் மோகம் கொண்டு அங்கேயே செட்டில் ஆக விக்னேஷ் முடிவு செய்தான். கை நிறைய சம்பளம். கேட்கவா வேண்டும்...... வீட்டை மறந்தான்; குடும்பத்தை மறந்தான்; பெற்றோரை மறந்தான்.

தன்னுடன் வேலை செய்யும் அமெரிக்க பெண் எலிசாவுடன் பழக்கம் ஏற்பட்டது. அமெரிக்க வாழ்க்கை முறை தெரியாமல் எலிசாவிடம் தன் திருமண எண்ணத்தை வெளியிட அவளும் சம்மதித்தாள். வீட்டிற்கு விவரம் தெரிவித்தால் தலைமுழுகி விட்டதாக அப்பா பதில் எழுதினார். கவலைப்படாமல் ரிஜிஸ்டர் மேரேஜ் செய்து கொண்டான்.

ஆரம்பத்தில் தன் கனவுகள் எல்லாமே நனவாகி வருவதாக எண்ணி ஆகாயத்தில் மிதந்து கொண்டிருந்தான் விக்னேஷ். ஒரு வருடம் கடந்தது. தனக்கென ஒரு வாரிசு உருவாகி அதனுடன் தன் பெற்றோர் முன் மதிப்பாக சென்று நிற்க வேண்டும் என்ற

எண்ணம் ஏற்பட்டது. ஆயிரம் ஆயிரமாக அமெரிக்க டாலர் சம்பாதித்தாலும் பத்தாண்டுகளாக அமெரிக்காவில் வாழ்ந்தாலும் விக்னேஷ் உள்ளத்தளவில் உணர்வால் ஒரு இந்தியனாகவே இருந்தான்.

இந்திய வாலிபர்களின் வாழ்க்கை கோட்பாடு ஒரு வரைமுறைக்குள் தான் இருக்கும்.கல்லூரி, படிப்பு, வேலை,கல்யாணம்,குழந்தை என்ற வட்டத்திற்குள் தான் அவர்கள் வாழ்க்கை. விக்னேஷூம் அதற்கு விதிவிலக்கல்ல.தன் குழந்தைக்காக அவன் ஏங்க ஆரம்பித்தான். ஆனால் அமெரிக்காவில் பிறந்து வளர்ந்த எலிசாவின் எண்ணமோ வேறாக இருந்தது. தன்னைவிட அதிக சம்பளம் வாங்கும் விக்னேஷை மணந்தால் நல்ல வீடு, சொகுசு கார், ஆடம்பர வாழ்க்கை என வாழலாம் என்ற எண்ணம் தான் எலிசாவிற்கு. கணவன், குழந்தை, குடும்ப பந்தம் என்ற எண்ணங்கள் அவளுக்குப் புரியவில்லை.

கிட்டத்தட்ட 5 வருடங்கள் ஓடின. விக்னேஷ் தன் எண்ணங்களுக்கு ஒத்து வர மாட்டான் என்பதாலும், விக்னேஷ் விட அதிக சம்பளம் வாங்கும் ஜோசப் கிடைத்ததாலும், எலிசா தயங்காமல் விவாகரத்து கேட்டாள்.

அதிர்ந்து போனான் விக்னேஷ். தோல்வி,ஏமாற்றம், நிராசை இதனால் துவண்டு நடைப்பிணமாக வாழ்ந்தான். அமெரிக்காவில் இருந்து சென்ற நண்பன் ஒருவன் மூலம் விபரம் அறிந்த குடும்பத்தினர் உடனே அவனை பாரதம் திரும்பும்படி தகவல் அனுப்பினர். தகவல் கிடைத்ததுமே," இனி என் நாடு; எனது மண்; எனது உறவுகள் என்று நான் வாழப்போகிறேன்" என்று மனதில் தெளிவுடன் பாரதம் திரும்பினான்.

மதுரை ஏர்போர்ட்டில் இறங்கும்போது அனைவரும் அவனை வரவேற்க நிற்பதைப் பார்த்ததும் மிகவும் நெகிழ்ந்து போனான். பெரியப்பா, அப்பா, சித்தப்பா, அத்தை, மாமா அனைவரும்," நாங்கள் இருக்கின்றோம். இனி நீ எதைப் பற்றியும் கவலைப்படாதே" எனச் சொல்லாமல் சொல்லி நின்றனர். அவர்களைக் கண்டதும் புதுப்பிறவி எடுத்தது போன்ற உணர்வு அவனுக்குள் ஏற்பட்டது.

கிராமத்திற்கு செல்ல காரில் ஏற முற்பட்ட போது கவனித்தான் சித்தப்பாவும் மாமாவும் அப்பாவிடம்," நாங்கள் பஸ்ஸில் வருகின்றோம். நீங்கள் முன்னால் போங்கள்"என சொல்லிவிட்டு பதிலுக்கு

காத்திராமல் புறப்பட்டுச் சென்றார்கள். இந்த பத்தாண்டுகளில் கிராமமும் அவர்கள் வீடும் மாறவேயில்லை. அனைவரும் அவனைப் பாசமுடன் கவனித்தனர்.

சித்தப்பாவின் குழந்தைகள் அவனைச் சுற்றிச் சுற்றி வந்து பல கேள்விகள் கேட்டனர். நீங்கள் ப்ளேனிலா வந்தீர்கள்? அமெரிக்கா எப்படி இருக்கும்? அங்கே நிறைய காசு இருக்குமாமே உண்மையா? என்ற பல கேள்விகளில் அவர்களின் ஏக்கங்களையும் வெளிப்படுத்தினர். இரவில் மொட்டை மாடியில் குழந்தைகளுடன் பேசிக்கொண்டு படுத்து தூங்கினான்.

காலையில் பாத்ரூம் போகும் போதுதான் விக்னேஷ் வீட்டின் நிலையை கவனித்தான். 10 ஆண்டுகளாக பெயிண்ட் செய்யப்படாத சுவர்கள்; அங்கங்கே காரை பெயர்ந்து செங்கல்கள் தெரியும் சுவர்கள்; பாத்ரூமில் ஹோல்டர் உடைந்த வயருடன் ஊஞ்சல் ஆடிய பல்ப்; தண்ணீர் மொண்டு ஊற்ற பழைய டால்டா டப்பா; இவ்வாறு தன் வீட்டின் நிலையை அவன் கூர்ந்து கவனிக்க ஆரம்பித்தான்.

ஒரே வாரத்தில் மீண்டும் புறப்பட தயாரானான் விக்னேஷ். பாஸ்போர்ட்டை எடுத்துக்கொண்டு மதுரை சென்று பேங்க்

பேலன்சை சரிபார்த்து அமெரிக்கா செல்ல விமான டிக்கெட் வாங்கிவிட்டு வீட்டு செலவிற்காக கொடுக்க மீதி பணத்தை எடுத்துக்கொண்டு கிராமம் திரும்பினான். இவன் மனநிலையை அறிந்த நண்பர்கள் குடும்பத்தினரிடம் விவரம் சொன்னார்கள். பரணில் வைத்த சூட்கேஸை இறக்கி விக்னேஷ் துணிமணிகளை பேக் செய்யும்போது குடும்பத்தினர் அனைவரும் சுற்றி நின்று அமைதியாக பார்த்துக் கொண்டிருந்தனர்.

அவன் அமைதியாக அப்பா அருகில் சென்று அவர் கைகளைப் பற்றிக் கொண்டு பேச ஆரம்பித்தான்," எனது தவறுகளை திருத்திக்கொள்ள இந்தப் பயணம் ஒரு வாய்ப்பாக அமையும்.என்னை வாழ்த்தி அனுப்புங்கள்" எனச் சொன்னதும், அப்பா அம்மா இருவரும்," நல்லபடியாகப் போய் வா" என்றனர். வீட்டு வாசலில் நின்று அனைவரும் கையசைக்க புறப்பட்டு சென்னை வந்து சேர்ந்தான். சென்னை பன்னாட்டு விமான நிலையத்தில் அமெரிக்கா செல்லும் விமானத்தில் ஏறி அமர்ந்து விக்னேஷ் தன் இலக்காக எந்த இடம், எந்த வேலை எனத் தெரியாதபோதும் அமெரிக்க நண்பர்கள் உதவுவார்கள் என்ற நம்பிக்கையில் மீண்டும் திரை கடல் தாண்டி இம்முறை திரவியம்

மட்டுமே தன் இலக்காகும் என்ற உறுதியுடன் பறந்து கொண்டிருந்தான்.

## முதுமை ஒரு வரமா

முதுமை – வரமா? சாபமா?

சாவித்திரிபாட்டிக்கு 70 வயது; கணவர் இறந்தபின் மகனுடன் தான் வாசம். மருமகள் ஆரம்பத்தில் மிக நன்றாக கவனித்துக் கொண்டுதானிருந்தாள். இரண்டு குழந்தைகள் என்றான பின் கவனிப்பு குறைவது போல் சாவித்திரிக்கு தோன்ற ஆரம்பித்தது. காலையில் மகன் ஆபீஸ் கிளம்பும் முன் தாயின் அருகில் வந்து எல்லாம் சரியாக இருக்கிறதா என ஒரு பார்வை பார்ப்பான். தாயைப் பார்த்து, "மருந்து எல்லாம் வேளாவேளைக்கு சரியாக சாப்பிடுகிறீர்களா? இரவில் ஏன் லேட்டா சாப்பிடுறீங்க? நான் வரும் வரை காத்திருக்க வேண்டாம்." என கண்டிப்பு கலந்த மரியாதையுடன் சொல்லிச் செல்வான். சாவித்திரிபாட்டிக்கு இது பத்தாது.

ஒரே மகள் தேவகியை டெல்லியில் உயர்ந்த பதவியில் இருக்கும் மாப்பிள்ளைக்கு பெண் கேட்டு வந்தபோது சாவித்திரிக்கு சென்னையில் இருந்து பார்த்து பார்த்து பாசமுடன் வளர்த்த பெண்ணை அவ்வளவு தூரத்திற்கு கட்டிக் கொடுப்பதற்கு சிறு தயக்கம். உறவினர்கள்," விரும்பி வந்த வரனை விலக்கக் கூடாது" என்று சொன்னதால் வேறு வழியின்றி," ஜாதகம் பார்த்து சொல்கிறோம்" என சாக்குபோக்கு சொல்ல ஆரம்பித்தனர் சாவித்திரியும் அவள் கணவரும். ஜோசியரோ," பத்துப் பொருத்தமும் பக்குவமாய் அமைந்திருக்கிறது" என்று சொல்லவும்,திருமணம் தடபுடலாக நடந்தேறியது. ஒரே வாரத்தில் மறுவீட்டு அழைப்பு, தனிக்குடித்தனம் என்று மகள் தேவகி டெல்லியில் செட்டிலானாள்.

வளைகாப்பு, பிரசவம் என்று முதல் குழந்தைக்காக சென்னை வந்த தேவகியை இரண்டாவது குழந்தைக்கு,"டெல்லியில் எல்லா வசதிகளும் சிறப்பாக இருக்கும் போது சென்னைக்கு ஏன் போக வேண்டும்" என சொல்லி மாப்பிள்ளையும் மாமனார் மாமியாரும் அவளை சென்னைக்கு அனுப்பவில்லை. குழந்தைகள் படிப்பு, ஆபீஸில் அவருக்கு வேலை அதிகம், லீவு

கிடைக்கவில்லை எனப் பல காரணங்களால் தேவகிக்கு அடிக்கடி சென்னை வந்து அம்மாவை பார்க்க முடிவதில்லை. மேலும் அண்ணனும் அண்ணியும் அம்மாவை நன்கு கவனித்துக் கொள்கிறார்கள் என்ற எண்ணமும் அவளை சென்னைக்கு வரவிடுவதில்லை.

ஆனால் இங்கே சாவித்திரி பாட்டியின் நிலை வேறு. ஆயிரம்தான் மகனும் மருமகளும் தன்னை குறைவின்றி கவனித்தாலும் தன் மகள் தன்னை பார்க்க வர மாட்டாளா என்ற ஏக்கம்தான் அடிக்கடி அவளை வாட்டும்.பேரனும் பேத்தியும் அவ்வப்போது அவள் அருகில் வந்து," ஐயாம்மா, எப்படி இருக்கீங்க? சாப்பிட்டீங்களா?" என்று கேட்பார்கள். சில சமயம் பேரனோட அல்லது பேத்தியோட நண்பர்கள் வந்தால் சிரிப்புச் சத்தம் கேட்டதும் சாவித்திரி பாட்டிக்கும் அவர்கள் பேச்சில் கலந்து கொள்ள ஆசை வரும்; மெதுவாக நடந்து ஹாலுக்கு வந்து சோபாவில் உட்கார்ந்தாள். பேரன் பேத்தி நண்பர்கள் அவளை கண்டதும்," ஹாய் பாட்டி"என்று கையசைப்பார்கள். பெரியவர்களைக் கண்டால் இரு கை கூப்பி வணக்கம் சொல்லவேண்டும் என்பதோ, காலைத் தொட்டு ஆசிர்வாதம் வாங்க வேண்டும் என்பதோ நகரத்து குழந்தைகளுக்கு

தெரிவதில்லை. மனதில் மரியாதை இருந்தால் போதும் என நினைக்கின்றனர்.

பாட்டி அவர்களிடம் பேச முயன்றால்,பல் இல்லாத காரணத்தால் அவள் பேச்சு அவர்களுக்கு புரிவதில்லை. பேத்தியைப் பார்த்து," பாத்லூம் போகணும்" என்று சொன்னதும் அவளது தோழிகள் அனைவரும் கொல்லென்று சிரித்து," பாட்டிக்கு பாத்லூம் போணுமாம்" என்று அவளை மாதிரி பேசி காட்டினர். பேத்தியும் அவர்களோடு சேர்ந்து சிரித்துக் கொண்டு அவளை பாத்ரூம் கூட்டி போனாள்.

இரவில் படுத்ததும் கால் வலிக்கும். மகனோ மருமகளோ வந்து சிறிது நேரம் காலை பிடித்து விட்டால் சுகமாக இருக்குமே என்று தோன்றும்.அந்தக் காலத்தில் மாமனார் மாமியாருக்கு செய்யும் பணிவிடைகளில் கால் அழுக்கி விடுவது என்பது மகன் மருமகளின் தினசரி பணிவிடை ஆக இருந்தது. இப்போதோ மகன் அம்மா தூங்கி விட்டார்களா என அறைக்குள் பார்க்கும்போது தூங்காமல் கட்டிலில் உட்கார்ந்து இருந்தால் உள்ளே வந்து விளக்கைப் போட்டு," என்னம்மா? ஏன் தூங்கவில்லை?" என்று கேட்கும்போது ஏக்கத்துடன்," கால் வலிக்குது" என்று

சொன்னால் உடனே ஒரு மாத்திரையை கொண்டுவந்து நீட்டுவான்.மருமகளும் தன் பங்குக்கு டம்ளர் தண்ணீரை நீட்டுவாள். இவர்களிடம் அன்பு உண்டு; மரியாதை உண்டு; ஆனால் புரிதல் எனும் பரிவு இல்லையே என்ற ஏக்கத்துடன் மாத்திரையை வாங்கிப் போட்டுக் கொண்டு படுத்துவிடுவாள். தன் நடுங்கும் கரங்களால் மகளுக்கு கடிதம் எழுதி மகனிடம் கொடுத்தாலும் அதை மறக்காமல் தன் ஆபீஸ் கடிதங்களுடன் மறுநாளே போஸ்ட் செய்தான்.

தேவகிக்கு அம்மாவின் கடிதத்தைப் படித்ததும் அம்மாவின் ஏக்கம் புரிந்தது. ஆனால் உடனே "அம்மாவைப் பார்க்க வருகிறேன்" என அண்ணன் அண்ணிக்கு தகவல் கொடுத்தால் அவர்கள் தவறாக நினைத்து விடக் கூடாது என்ற எண்ணமும் ஏற்பட்டது. அதுமட்டுமல்லாமல் போன தடவை சென்னை சென்றபோது அண்ணனும் அண்ணியும் அம்மாவை மாதாமாதம் டாக்டரிடம் காண்பிப்பதாகவும், ரிப்போர்ட்களைத் தன்னிடம் காட்டி எந்த அளவிற்கு அவரை கவனித்துக் கொள்வதாகவும் கூறி, அம்மாதான் டயத்துக்கு மாத்திரை சாப்பிட மறுப்பதையும், வலி வந்தால் மாத்திரை எடுத்துக் கொள்வதில்லை என்பதையும் சொன்னார்கள். நிதானமாக யோசித்து தன் தாய்க்கு பதில் எழுதினாள்,

அன்புள்ள அம்மாவிற்கு,

உங்கள் கடிதம் கிடைத்தது.எனக்கும் அங்கு வந்து உங்களுடன் சில நாட்கள் தங்க வேண்டும் என ஆசை தான். ஆனால் தற்சமயம் உடனே புறப்பட வசதிப்படவில்லை. கால் வலி இருப்பதாக எழுதியிருந்தீர்கள் ;மாத்திரை எடுத்துக் கொள்ளுங்கள்; டயத்துக்கு சாப்பிடுங்கள்; அண்ணன் அண்ணியும் குழந்தைகளும் உங்களை அன்புடன் கவனிப்பதால் தான் நான் இங்கே நிம்மதியாக இருக்க முடிகிறது. நான் முடிந்தால் நிச்சயமாக ஏப்ரல் மே மாதங்களில் இங்கே வெயில் அதிகமாக இருக்கும் போது அங்கு வருகிறேன்; அல்லது முடியாவிட்டால் செப்டம்பர் மாதத்தில், டிசம்பரில் வரப் பார்க்கின்றேன். கவலைப்படாமல் இருங்கள். எல்லோரையும் நான் கேட்டதாகச் சொல்லுங்கள்.

இப்படிக்கு,

உங்கள் அன்பு மகள் தேவகி

கடிதம் இங்கே முதுமையின் வாசலில் வாழும் சாவித்திரி பாட்டிக்கு ஒரு கண்துடைப்பாக அமையுமே தவிர மன ஏக்கங்களை நீக்கும் மருந்தாக அமையாது. தன் பிள்ளைகள், பேரன்-பேத்திகள் என தன்னருகே இருந்தாலும்,

தன்னை விட்டு விலகி தூர இருந்தாலும் அவர்களின் வாழ்க்கை கண்டு பெருமையுடன் பூரிப்படையும் முதியோர்களுக்கு முதுமை ஒரு வரமே; ஆனால் பரிவும் புரிதலும் இல்லாத நிலையில் அந்த முதுமை ஒரு சாபம் ஆகவும் மாற வாய்ப்பு இருக்கிறது.

www.ingramcontent.com/pod-product-compliance
Lightning Source LLC
LaVergne TN
LVHW041432170726
843492LV00008B/2580